2022-2023
Planner

MONTHLY PLANNER

PERSONAL *Information*

NAME

ADDRESS

CITY   **STATE**

HOME   **CELL**

EMAIL

COMPANY NAME

ADDRESS

CITY   **STATE**

PHONE   **CELL**

EMAIL

DOCTOR

DENTIST

ALLERGIES

BLOOD TYPE

ESSENTIAL INFORMATION

EMERGENCY

NOTIFY & RELATIONSHIPS

ADDRESS

CITY   **STATE**

PHONE

EMAIL

2022

January

MON	TUE	WED	THU	FRI	SAT	SUN
					1	2
3	4	5	6	7	8	9
10	11	12	13	14	15	16
17	18	19	20	21	22	23
24	25	26	27	28	29	30
31						

February

MON	TUE	WED	THU	FRI	SAT	SUN
	1	2	3	4	5	6
7	8	9	10	11	12	13
14	15	16	17	18	19	20
21	22	23	24	25	26	27
28						

March

MON	TUE	WED	THU	FRI	SAT	SUN
	1	2	3	4	5	6
7	8	9	10	11	12	13
14	15	16	17	18	19	20
21	22	23	24	25	26	27
28	29	30	31			

April

MON	TUE	WED	THU	FRI	SAT	SUN
				1	2	3
4	5	6	7	8	9	10
11	12	13	14	15	16	17
18	19	20	21	22	23	24
25	26	27	28	29	30	

May

MON	TUE	WED	THU	FRI	SAT	SUN
						1
2	3	4	5	6	7	8
9	10	11	12	13	14	15
16	17	18	19	20	21	22
23	24	25	26	27	28	29
30	31					

June

MON	TUE	WED	THU	FRI	SAT	SUN
		1	2	3	4	5
6	7	8	9	10	11	12
13	14	15	16	17	18	19
20	21	22	23	24	25	26
27	28	29	30			

July

MON	TUE	WED	THU	FRI	SAT	SUN
				1	2	3
4	5	6	7	8	9	10
11	12	13	14	15	16	17
18	19	20	21	22	23	24
25	26	27	28	29	30	31

August

MON	TUE	WED	THU	FRI	SAT	SUN
1	2	3	4	5	6	7
8	9	10	11	12	13	14
15	16	17	18	19	20	21
22	23	24	25	26	27	28
29	30	31				

September

MON	TUE	WED	THU	FRI	SAT	SUN
			1	2	3	4
5	6	7	8	9	10	11
12	13	14	15	16	17	18
19	20	21	22	23	24	25
26	27	28	29	30		

October

MON	TUE	WED	THU	FRI	SAT	SUN
					1	2
3	4	5	6	7	8	9
10	11	12	13	14	15	16
17	18	19	20	21	22	23
24	25	26	27	28	29	30
31						

November

MON	TUE	WED	THU	FRI	SAT	SUN
	1	2	3	4	5	6
7	8	9	10	11	12	13
14	15	16	17	18	19	20
21	22	23	24	25	26	27
28	29	30				

December

MON	TUE	WED	THU	FRI	SAT	SUN
			1	2	3	4
5	6	7	8	9	10	11
12	13	14	15	16	17	18
19	20	21	22	23	24	25
26	27	28	29	30	31	

2023

January

MON	TUE	WED	THU	FRI	SAT	SUN
						1
2	3	4	5	6	7	8
9	10	11	12	13	14	15
16	17	18	19	20	21	22
23	24	25	26	27	28	29
30	31					

February

MON	TUE	WED	THU	FRI	SAT	SUN
		1	2	3	4	5
6	7	8	9	10	11	12
13	14	15	16	17	18	19
20	21	22	23	24	25	26
27	28					

March

MON	TUE	WED	THU	FRI	SAT	SUN
		1	2	3	4	5
6	7	8	9	10	11	12
13	14	15	16	17	18	19
20	21	22	23	24	25	26
27	28	29	30	31		

April

MON	TUE	WED	THU	FRI	SAT	SUN
					1	2
3	4	5	6	7	8	9
10	11	12	13	14	15	16
17	18	19	20	21	22	23
24	25	26	27	28	29	30

May

MON	TUE	WED	THU	FRI	SAT	SUN
1	2	3	4	5	6	7
8	9	10	11	12	13	14
15	16	17	18	19	20	21
22	23	24	25	26	27	28
29	30	31				

June

MON	TUE	WED	THU	FRI	SAT	SUN
			1	2	3	4
5	6	7	8	9	10	11
12	13	14	15	16	17	18
19	20	21	22	23	24	25
26	27	28	29	30		

July

MON	TUE	WED	THU	FRI	SAT	SUN
					1	2
3	4	5	6	7	8	9
10	11	12	13	14	15	16
17	18	19	20	21	22	23
24	25	26	27	28	29	30
31						

August

MON	TUE	WED	THU	FRI	SAT	SUN
	1	2	3	4	5	6
7	8	9	10	11	12	13
14	15	16	17	18	19	20
21	22	23	24	25	26	27
28	29	30	31			

September

MON	TUE	WED	THU	FRI	SAT	SUN
				1	2	3
4	5	6	7	8	9	10
11	12	13	14	15	16	17
18	19	20	21	22	23	24
25	26	27	28	29	30	

October

MON	TUE	WED	THU	FRI	SAT	SUN
						1
2	3	4	5	6	7	8
9	10	11	12	13	14	15
16	17	18	19	20	21	22
23	24	25	26	27	28	29
30	31					

November

MON	TUE	WED	THU	FRI	SAT	SUN
		1	2	3	4	5
6	7	8	9	10	11	12
13	14	15	16	17	18	19
20	21	22	23	24	25	26
27	28	29	30			

December

MON	TUE	WED	THU	FRI	SAT	SUN
				1	2	3
4	5	6	7	8	9	10
11	12	13	14	15	16	17
18	19	20	21	22	23	24
25	26	27	28	29	30	31

2022

January

MON	TUE	WED	THU	FRI	SAT	SUN
					1	2
3	4	5	6	7	8	9
10	11	12	13	14	15	16
17	18	19	20	21	22	23
24	25	26	27	28	29	30
31						

February

MON	TUE	WED	THU	FRI	SAT	SUN
	1	2	3	4	5	6
7	8	9	10	11	12	13
14	15	16	17	18	19	20
21	22	23	24	25	26	27
28						

March

MON	TUE	WED	THU	FRI	SAT	SUN
	1	2	3	4	5	6
7	8	9	10	11	12	13
14	15	16	17	18	19	20
21	22	23	24	25	26	27
28	29	30	31			

April

MON	TUE	WED	THU	FRI	SAT	SUN
				1	2	3
4	5	6	7	8	9	10
11	12	13	14	15	16	17
18	19	20	21	22	23	24
25	26	27	28	29	30	

May

MON	TUE	WED	THU	FRI	SAT	SUN
						1
2	3	4	5	6	7	8
9	10	11	12	13	14	15
16	17	18	19	20	21	22
23	24	25	26	27	28	29
30	31					

June

MON	TUE	WED	THU	FRI	SAT	SUN
		1	2	3	4	5
6	7	8	9	10	11	12
13	14	15	16	17	18	19
20	21	22	23	24	25	26
27	28	29	30			

Notes

2022

July

MON	TUE	WED	THU	FRI	SAT	SUN
				1	2	3
4	5	6	7	8	9	10
11	12	13	14	15	16	17
18	19	20	21	22	23	24
25	26	27	28	29	30	31

August

MON	TUE	WED	THU	FRI	SAT	SUN
1	2	3	4	5	6	7
8	9	10	11	12	13	14
15	16	17	18	19	20	21
22	23	24	25	26	27	28
29	30	31				

September

MON	TUE	WED	THU	FRI	SAT	SUN
			1	2	3	4
5	6	7	8	9	10	11
12	13	14	15	16	17	18
19	20	21	22	23	24	25
26	27	28	29	30		

October

MON	TUE	WED	THU	FRI	SAT	SUN
					1	2
3	4	5	6	7	8	9
10	11	12	13	14	15	16
17	18	19	20	21	22	23
24	25	26	27	28	29	30
31						

November

MON	TUE	WED	THU	FRI	SAT	SUN
	1	2	3	4	5	6
7	8	9	10	11	12	13
14	15	16	17	18	19	20
21	22	23	24	25	26	27
28	29	30				

December

MON	TUE	WED	THU	FRI	SAT	SUN
			1	2	3	4
5	6	7	8	9	10	11
12	13	14	15	16	17	18
19	20	21	22	23	24	25
26	27	28	29	30	31	

Notes

2023

January

MON	TUE	WED	THU	FRI	SAT	SUN
						1
2	3	4	5	6	7	8
9	10	11	12	13	14	15
16	17	18	19	20	21	22
23	24	25	26	27	28	29
30	31					

February

MON	TUE	WED	THU	FRI	SAT	SUN
		1	2	3	4	5
6	7	8	9	10	11	12
13	14	15	16	17	18	19
20	21	22	23	24	25	26
27	28					

March

MON	TUE	WED	THU	FRI	SAT	SUN
		1	2	3	4	5
6	7	8	9	10	11	12
13	14	15	16	17	18	19
20	21	22	23	24	25	26
27	28	29	30	31		

April

MON	TUE	WED	THU	FRI	SAT	SUN
					1	2
3	4	5	6	7	8	9
10	11	12	13	14	15	16
17	18	19	20	21	22	23
24	25	26	27	28	29	30

May

MON	TUE	WED	THU	FRI	SAT	SUN
1	2	3	4	5	6	7
8	9	10	11	12	13	14
15	16	17	18	19	20	21
22	23	24	25	26	27	28
29	30	31				

June

MON	TUE	WED	THU	FRI	SAT	SUN
			1	2	3	4
5	6	7	8	9	10	11
12	13	14	15	16	17	18
19	20	21	22	23	24	25
26	27	28	29	30		

Notes

2023

July

MON	TUE	WED	THU	FRI	SAT	SUN
					1	2
3	4	5	6	7	8	9
10	11	12	13	14	15	16
17	18	19	20	21	22	23
24	25	26	27	28	29	30
31						

August

MON	TUE	WED	THU	FRI	SAT	SUN
	1	2	3	4	5	6
7	8	9	10	11	12	13
14	15	16	17	18	19	20
21	22	23	24	25	26	27
28	29	30	31			

September

MON	TUE	WED	THU	FRI	SAT	SUN
				1	2	3
4	5	6	7	8	9	10
11	12	13	14	15	16	17
18	19	20	21	22	23	24
25	26	27	28	29	30	

October

MON	TUE	WED	THU	FRI	SAT	SUN
						1
2	3	4	5	6	7	8
9	10	11	12	13	14	15
16	17	18	19	20	21	22
23	24	25	26	27	28	29
30	31					

November

MON	TUE	WED	THU	FRI	SAT	SUN
		1	2	3	4	5
6	7	8	9	10	11	12
13	14	15	16	17	18	19
20	21	22	23	24	25	26
27	28	29	30			

December

MON	TUE	WED	THU	FRI	SAT	SUN
				1	2	3
4	5	6	7	8	9	10
11	12	13	14	15	16	17
18	19	20	21	22	23	24
25	26	27	28	29	30	31

Notes

YEARLY PLANNER 2022

	January	February	March	April	May	June
1						
2						
3						
4						
5						
6						
7						
8						
9						
10						
11						
12						
13						
14						
15						
16						
17						
18						
19						
20						
21						
22						
23						
24						
25						
26						
27						
28						
29						
30						
31						

YEARLY PLANNER 2022

	July	August	September	October	November	December
1						
2						
3						
4						
5						
6						
7						
8						
9						
10						
11						
12						
13						
14						
15						
16						
17						
18						
19						
20						
21						
22						
23						
24						
25						
26						
27						
28						
29						
30						
31						

YEARLY PLANNER 2023

	January	February	March	April	May	June
1						
2						
3						
4						
5						
6						
7						
8						
9						
10						
11						
12						
13						
14						
15						
16						
17						
18						
19						
20						
21						
22						
23						
24						
25						
26						
27						
28						
29						
30						
31						

YEARLY PLANNER 2023

	July	August	September	October	November	December
1						
2						
3						
4						
5						
6						
7						
8						
9						
10						
11						
12						
13						
14						
15						
16						
17						
18						
19						
20						
21						
22						
23						
24						
25						
26						
27						
28						
29						
30						
31						

January 2022

MONDAY	TUESDAY	WEDNESDAY	THURSDAY
27	28	29	30
3	4	5	6
10	11	12	13
17	18	19	20
24	25	26	27
31	1	2	3

January 2022

FRIDAY	SATURDAY	SUNDAY	NOTES
31	1	2	
7	8	9	
14	15	16	
21	22	23	
28	29	30	
4	5	6	

February 2022

MONDAY	TUESDAY	WEDNESDAY	THURSDAY
31	1	2	3
7	8	9	10
14	15	16	17
21	22	23	24
28			

February 2022

FRIDAY	SATURDAY	SUNDAY	NOTES
4	5	6	
11	12	13	
18	19	20	
25	26	27	

March 2022

MONDAY	TUESDAY	WEDNESDAY	THURSDAY
28	1	2	3
7	8	9	10
14	15	16	17
21	22	23	24
28	29	30	31

March 2022

FRIDAY	SATURDAY	SUNDAY	NOTES
4	5	6	
11	12	13	
18	19	20	
25	26	27	

April 2022

MONDAY	TUESDAY	WEDNESDAY	THURSDAY
28	29	30	31
4	5	6	7
11	12	13	14
18	19	20	21
25	26	27	28

April 2022

FRIDAY	SATURDAY	SUNDAY	NOTES
	1	2	3
8	9	10	
15	16	17	
22	23	24	
29	30		

May 2022

MONDAY	TUESDAY	WEDNESDAY	THURSDAY
25	26	27	28
2	3	4	5
9	10	11	12
16	17	18	19
23	24	25	26
30	31	1	2

May 2022

FRIDAY	SATURDAY	SUNDAY	NOTES
29	30	1	
6	7	8	
13	14	15	
20	21	22	
27	28	29	
3	4	5	

June 2022

MONDAY	TUESDAY	WEDNESDAY	THURSDAY
30	31	1	2
6	7	8	9
13	14	15	16
20	21	22	23
27	28	29	30

June 2022

FRIDAY	SATURDAY	SUNDAY	NOTES
3	4	5	
10	11	12	
17	18	19	
24	25	26	

July 2022

MONDAY	TUESDAY	WEDNESDAY	THURSDAY
27	28	29	30
4	5	6	7
11	12	13	14
18	19	20	21
25	26	27	28

July — 2022

FRIDAY	SATURDAY	SUNDAY	NOTES
1	2	3	
8	9	10	
15	16	17	
22	23	24	
29	30	31	

August 2022

MONDAY	TUESDAY	WEDNESDAY	THURSDAY
1	2	3	4
8	9	10	11
15	16	17	18
22	23	24	25
29	30	31	

August 2022

FRIDAY	SATURDAY	SUNDAY	NOTES
5	6	7	
12	13	14	
19	20	21	
26	27	28	

September 2022

MONDAY	TUESDAY	WEDNESDAY	THURSDAY
29	30	31	1
5	6	7	8
12	13	14	15
19	20	21	22
26	27	28	29

September 2022

FRIDAY	SATURDAY	SUNDAY	NOTES
	2	3	4
9	10	11	
16	17	18	
23	24	25	
30			

October 2022

MONDAY	TUESDAY	WEDNESDAY	THURSDAY
26	27	28	29
3	4	5	6
10	11	12	13
17	18	19	20
24	25	26	27
31	1	2	3

October 2022

FRIDAY	SATURDAY	SUNDAY	NOTES
30	1	2	
7	8	9	
14	15	16	
21	22	23	
28	29	30	
4	5	6	

November 2022

MONDAY	TUESDAY	WEDNESDAY	THURSDAY
31	1	2	3
7	8	9	10
14	15	16	17
21	22	23	24
28	29	30	

November 2022

FRIDAY	SATURDAY	SUNDAY	NOTES
4	5	6	
11	12	13	
18	19	20	
25	26	27	

December 2022

MONDAY	TUESDAY	WEDNESDAY	THURSDAY
29	30	31	1
5	6	7	8
12	13	14	15
19	20	21	22
26	27	28	29

December 2022

FRIDAY	SATURDAY	SUNDAY	NOTES
2	3	4	
9	10	11	
16	17	18	
23	24	25	
30	31		

January 2023

MONDAY	TUESDAY	WEDNESDAY	THURSDAY
2	3	4	5
9	10	11	12
16	17	18	19
23	24	25	26
30	31		

January 2023

FRIDAY	SATURDAY	SUNDAY	NOTES
		1	
6	7	8	
13	14	15	
20	21	22	
27	28	29	

February 2023

MONDAY	TUESDAY	WEDNESDAY	THURSDAY
		1	2
6	7	8	9
13	14	15	16
20	21	22	23
27	28		

February 2023

FRIDAY	SATURDAY	SUNDAY	NOTES
3	4	5	__________
10	11	12	__________
17	18	19	__________
24	25	26	__________

March 2023

MONDAY	TUESDAY	WEDNESDAY	THURSDAY
		1	2
6	7	8	9
13	14	15	16
20	21	22	23
27	28	29	30

March 2023

FRIDAY	SATURDAY	SUNDAY	NOTES
	3	4	5
10	11	12	
17	18	19	
24	25	26	
31			

April 2023

MONDAY	TUESDAY	WEDNESDAY	THURSDAY
3	4	5	6
10	11	12	13
17	18	19	20
24	25	26	27

April 2023

FRIDAY	SATURDAY	SUNDAY	NOTES
		1	2
7	8	9	
14	15	16	
21	22	23	
28	29	30	

May 2023

MONDAY	TUESDAY	WEDNESDAY	THURSDAY
	1	2	3	4
8	9	10	11
15	16	17	18
22	23	24	25
29	30	31	

May 2023

FRIDAY	SATURDAY	SUNDAY	NOTES
5	6	7	
12	13	14	
19	20	21	
26	27	28	

June 2023

MONDAY	TUESDAY	WEDNESDAY	THURSDAY
			1
5	6	7	8
12	13	14	15
19	20	21	22
26	27	28	29

June 2023

FRIDAY	SATURDAY	SUNDAY	NOTES
	2	3	4
	9	10	11
	16	17	18
	23	24	25
	30		

July 2023

MONDAY	TUESDAY	WEDNESDAY	THURSDAY
3	4	5	6
10	11	12	13
17	18	19	20
24	25	26	27
31			

July 2023

FRIDAY	SATURDAY	SUNDAY	NOTES
		1	2
7	8	9	
14	15	16	
21	22	23	
28	29	30	

August 2023

MONDAY	TUESDAY	WEDNESDAY	THURSDAY
	1	2	3
7	8	9	10
14	15	16	17
21	22	23	24
28	29	30	31

August 2023

FRIDAY	SATURDAY	SUNDAY	NOTES
4	5	6	
11	12	13	
18	19	20	
25	26	27	

September 2023

MONDAY	TUESDAY	WEDNESDAY	THURSDAY
4	5	6	7
11	12	13	14
18	19	20	21
25	26	27	28

September 2023

FRIDAY	SATURDAY	SUNDAY	NOTES
	1	2	3
8	9	10	
15	16	17	
22	23	24	
29	30		

October 2023

MONDAY	TUESDAY	WEDNESDAY	THURSDAY
2	3	4	5
9	10	11	12
16	17	18	19
23	24	25	26
30	31		

October 2023

FRIDAY	SATURDAY	SUNDAY	NOTES
		1	
6	7	8	
13	14	15	
20	21	22	
27	28	29	

November 2023

MONDAY	TUESDAY	WEDNESDAY	THURSDAY
		1	2
6	7	8	9
13	14	15	16
20	21	22	23
27	28	29	30

November 2023

FRIDAY	SATURDAY	SUNDAY	NOTES
3	4	5	
10	11	12	
17	18	19	
24	25	26	

December 2023

MONDAY	TUESDAY	WEDNESDAY	THURSDAY
4	5	6	7
11	12	13	14
18	19	20	21
25	26	27	28

December 2023

FRIDAY	SATURDAY	SUNDAY	NOTES
	1	2	3
8	9	10	
15	16	17	
22	23	24	
29	30	31	

Website:

USERNAME:_______________________________________

EMAIL:_______________________ **PHONE:**_______________

PASSWORD:_______________________________________

NOTES:_______________________________________

____

Website:

USERNAME:_______________________________________

EMAIL:_______________________ **PHONE:**_______________

PASSWORD:_______________________________________

NOTES:_______________________________________

____

Website:

USERNAME:_______________________________________

EMAIL:_______________________ **PHONE:**_______________

PASSWORD:_______________________________________

NOTES:_______________________________________

____

Website:

USERNAME:________________________________

EMAIL:____________________ **PHONE:**____________________

PASSWORD:________________________________

NOTES:________________________________

____

Website:

USERNAME:________________________________

EMAIL:____________________ **PHONE:**____________________

PASSWORD:________________________________

NOTES:________________________________

____

Website:

USERNAME:________________________________

EMAIL:____________________ **PHONE:**____________________

PASSWORD:________________________________

NOTES:________________________________

____

Website:

USERNAME:_______________________________________

EMAIL:______________________________ PHONE:______________________

PASSWORD:_______________________________________

NOTES:_______________________________________

____

Website:

USERNAME:_______________________________________

EMAIL:______________________________ PHONE:______________________

PASSWORD:_______________________________________

NOTES:_______________________________________

____

Website:

USERNAME:_______________________________________

EMAIL:______________________________ PHONE:______________________

PASSWORD:_______________________________________

NOTES:_______________________________________

____

Website:

USERNAME:____

EMAIL:______________________ **PHONE:**______________________

PASSWORD:____

NOTES:____

____

Website:

USERNAME:____

EMAIL:______________________ **PHONE:**______________________

PASSWORD:____

NOTES:____

____

Website:

USERNAME:____

EMAIL:______________________ **PHONE:**______________________

PASSWORD:____

NOTES:____

____

Website:

USERNAME:_______________________________

EMAIL:_________________________ **PHONE:**_________________________

PASSWORD:_______________________________

NOTES:_______________________________

____

Website:

USERNAME:_______________________________

EMAIL:_________________________ **PHONE:**_________________________

PASSWORD:_______________________________

NOTES:_______________________________

____

Website:

USERNAME:_______________________________

EMAIL:_________________________ **PHONE:**_________________________

PASSWORD:_______________________________

NOTES:_______________________________

____

Website:

USERNAME:

EMAIL: **PHONE:**

PASSWORD:

NOTES:

Website:

USERNAME:

EMAIL: **PHONE:**

PASSWORD:

NOTES:

Website:

USERNAME:

EMAIL: **PHONE:**

PASSWORD:

NOTES:

Website:

USERNAME:____

EMAIL:_________________________ PHONE:_________________

PASSWORD:____

NOTES:____

____

Website:

USERNAME:____

EMAIL:_________________________ PHONE:_________________

PASSWORD:____

NOTES:____

____

Website:

USERNAME:____

EMAIL:_________________________ PHONE:_________________

PASSWORD:____

NOTES:____

____

Website:

USERNAME:____

EMAIL:________________________ PHONE:________________

PASSWORD:____

NOTES:____

____

Website:

USERNAME:____

EMAIL:________________________ PHONE:________________

PASSWORD:____

NOTES:____

____

Website:

USERNAME:____

EMAIL:________________________ PHONE:________________

PASSWORD:____

NOTES:____

____

Website:

USERNAME:____

EMAIL:_____________________________ **PHONE:**_______________

PASSWORD:____

NOTES:____

____

Website:

USERNAME:____

EMAIL:_____________________________ **PHONE:**_______________

PASSWORD:____

NOTES:____

____

Website:

USERNAME:____

EMAIL:_____________________________ **PHONE:**_______________

PASSWORD:____

NOTES:____

____

Website:

USERNAME:____

EMAIL:__________________________ **PHONE:**_______________

PASSWORD:_______________________________________

NOTES:____

____

Website:

USERNAME:____

EMAIL:__________________________ **PHONE:**_______________

PASSWORD:_______________________________________

NOTES:____

____

Website:

USERNAME:____

EMAIL:__________________________ **PHONE:**_______________

PASSWORD:_______________________________________

NOTES:____

____

Contact *Information*

NAME: _______________	**NAME:** _______________
BUSINESS: _______________	**BUSINESS:** _______________
WEBSITE: _______________	**WEBSITE:** _______________
EMAIL: _______________	**EMAIL:** _______________
PHONE: _______________	**PHONE:** _______________
NAME: _______________	**NAME:** _______________
BUSINESS: _______________	**BUSINESS:** _______________
WEBSITE: _______________	**WEBSITE:** _______________
EMAIL: _______________	**EMAIL:** _______________
PHONE: _______________	**PHONE:** _______________
NAME: _______________	**NAME:** _______________
BUSINESS: _______________	**BUSINESS:** _______________
WEBSITE: _______________	**WEBSITE:** _______________
EMAIL: _______________	**EMAIL:** _______________
PHONE: _______________	**PHONE:** _______________
NAME: _______________	**NAME:** _______________
BUSINESS: _______________	**BUSINESS:** _______________
WEBSITE: _______________	**WEBSITE:** _______________
EMAIL: _______________	**EMAIL:** _______________
PHONE: _______________	**PHONE:** _______________

Contact *Information*

NAME: _______________	**NAME:** _______________
BUSINESS: ___________	**BUSINESS:** ___________
WEBSITE: ___________	**WEBSITE:** ___________
EMAIL: _______________	**EMAIL:** _______________
PHONE: _______________	**PHONE:** _______________
NAME: _______________	**NAME:** _______________
BUSINESS: ___________	**BUSINESS:** ___________
WEBSITE: ___________	**WEBSITE:** ___________
EMAIL: _______________	**EMAIL:** _______________
PHONE: _______________	**PHONE:** _______________
NAME: _______________	**NAME:** _______________
BUSINESS: ___________	**BUSINESS:** ___________
WEBSITE: ___________	**WEBSITE:** ___________
EMAIL: _______________	**EMAIL:** _______________
PHONE: _______________	**PHONE:** _______________
NAME: _______________	**NAME:** _______________
BUSINESS: ___________	**BUSINESS:** ___________
WEBSITE: ___________	**WEBSITE:** ___________
EMAIL: _______________	**EMAIL:** _______________
PHONE: _______________	**PHONE:** _______________

Contact *Information*

NAME: ______________	NAME: ______________
BUSINESS: ______________	BUSINESS: ______________
WEBSITE: ______________	WEBSITE: ______________
EMAIL: ______________	EMAIL: ______________
PHONE: ______________	PHONE: ______________

NAME: ______________	NAME: ______________
BUSINESS: ______________	BUSINESS: ______________
WEBSITE: ______________	WEBSITE: ______________
EMAIL: ______________	EMAIL: ______________
PHONE: ______________	PHONE: ______________

NAME: ______________	NAME: ______________
BUSINESS: ______________	BUSINESS: ______________
WEBSITE: ______________	WEBSITE: ______________
EMAIL: ______________	EMAIL: ______________
PHONE: ______________	PHONE: ______________

NAME: ______________	NAME: ______________
BUSINESS: ______________	BUSINESS: ______________
WEBSITE: ______________	WEBSITE: ______________
EMAIL: ______________	EMAIL: ______________
PHONE: ______________	PHONE: ______________

Contact *Information*

NAME: _______________________ **NAME:** _______________________

BUSINESS: ___________________ **BUSINESS:** ___________________

WEBSITE: ____________________ **WEBSITE:** ____________________

EMAIL: ______________________ **EMAIL:** ______________________

PHONE: ______________________ **PHONE:** ______________________

NAME: _______________________ **NAME:** _______________________

BUSINESS: ___________________ **BUSINESS:** ___________________

WEBSITE: ____________________ **WEBSITE:** ____________________

EMAIL: ______________________ **EMAIL:** ______________________

PHONE: ______________________ **PHONE:** ______________________

NAME: _______________________ **NAME:** _______________________

BUSINESS: ___________________ **BUSINESS:** ___________________

WEBSITE: ____________________ **WEBSITE:** ____________________

EMAIL: ______________________ **EMAIL:** ______________________

PHONE: ______________________ **PHONE:** ______________________

NAME: _______________________ **NAME:** _______________________

BUSINESS: ___________________ **BUSINESS:** ___________________

WEBSITE: ____________________ **WEBSITE:** ____________________

EMAIL: ______________________ **EMAIL:** ______________________

PHONE: ______________________ **PHONE:** ______________________

Contact *Information*

NAME: ________	**NAME:** ________
BUSINESS: ________	**BUSINESS:** ________
WEBSITE: ________	**WEBSITE:** ________
EMAIL: ________	**EMAIL:** ________
PHONE: ________	**PHONE:** ________

NAME: ________	**NAME:** ________
BUSINESS: ________	**BUSINESS:** ________
WEBSITE: ________	**WEBSITE:** ________
EMAIL: ________	**EMAIL:** ________
PHONE: ________	**PHONE:** ________

NAME: ________	**NAME:** ________
BUSINESS: ________	**BUSINESS:** ________
WEBSITE: ________	**WEBSITE:** ________
EMAIL: ________	**EMAIL:** ________
PHONE: ________	**PHONE:** ________

NAME: ________	**NAME:** ________
BUSINESS: ________	**BUSINESS:** ________
WEBSITE: ________	**WEBSITE:** ________
EMAIL: ________	**EMAIL:** ________
PHONE: ________	**PHONE:** ________

Contact *Information*

NAME: _______________	**NAME:** _______________
BUSINESS: _______________	**BUSINESS:** _______________
WEBSITE: _______________	**WEBSITE:** _______________
EMAIL: _______________	**EMAIL:** _______________
PHONE: _______________	**PHONE:** _______________
NAME: _______________	**NAME:** _______________
BUSINESS: _______________	**BUSINESS:** _______________
WEBSITE: _______________	**WEBSITE:** _______________
EMAIL: _______________	**EMAIL:** _______________
PHONE: _______________	**PHONE:** _______________
NAME: _______________	**NAME:** _______________
BUSINESS: _______________	**BUSINESS:** _______________
WEBSITE: _______________	**WEBSITE:** _______________
EMAIL: _______________	**EMAIL:** _______________
PHONE: _______________	**PHONE:** _______________
NAME: _______________	**NAME:** _______________
BUSINESS: _______________	**BUSINESS:** _______________
WEBSITE: _______________	**WEBSITE:** _______________
EMAIL: _______________	**EMAIL:** _______________
PHONE: _______________	**PHONE:** _______________

Contact *Information*

NAME: ___________________ NAME: ___________________

BUSINESS: ___________________ BUSINESS: ___________________

WEBSITE: ___________________ WEBSITE: ___________________

EMAIL: ___________________ EMAIL: ___________________

PHONE: ___________________ PHONE: ___________________

NAME: ___________________ NAME: ___________________

BUSINESS: ___________________ BUSINESS: ___________________

WEBSITE: ___________________ WEBSITE: ___________________

EMAIL: ___________________ EMAIL: ___________________

PHONE: ___________________ PHONE: ___________________

NAME: ___________________ NAME: ___________________

BUSINESS: ___________________ BUSINESS: ___________________

WEBSITE: ___________________ WEBSITE: ___________________

EMAIL: ___________________ EMAIL: ___________________

PHONE: ___________________ PHONE: ___________________

NAME: ___________________ NAME: ___________________

BUSINESS: ___________________ BUSINESS: ___________________

WEBSITE: ___________________ WEBSITE: ___________________

EMAIL: ___________________ EMAIL: ___________________

PHONE: ___________________ PHONE: ___________________

Contact *Information*

NAME: _______________________ NAME: _______________________

BUSINESS: _______________________ BUSINESS: _______________________

WEBSITE: _______________________ WEBSITE: _______________________

EMAIL: _______________________ EMAIL: _______________________

PHONE: _______________________ PHONE: _______________________

NAME: _______________________ NAME: _______________________

BUSINESS: _______________________ BUSINESS: _______________________

WEBSITE: _______________________ WEBSITE: _______________________

EMAIL: _______________________ EMAIL: _______________________

PHONE: _______________________ PHONE: _______________________

NAME: _______________________ NAME: _______________________

BUSINESS: _______________________ BUSINESS: _______________________

WEBSITE: _______________________ WEBSITE: _______________________

EMAIL: _______________________ EMAIL: _______________________

PHONE: _______________________ PHONE: _______________________

NAME: _______________________ NAME: _______________________

BUSINESS: _______________________ BUSINESS: _______________________

WEBSITE: _______________________ WEBSITE: _______________________

EMAIL: _______________________ EMAIL: _______________________

PHONE: _______________________ PHONE: _______________________

Contact *Information*

NAME: _______________________ **NAME:** _______________________

BUSINESS: _______________________ **BUSINESS:** _______________________

WEBSITE: _______________________ **WEBSITE:** _______________________

EMAIL: _______________________ **EMAIL:** _______________________

PHONE: _______________________ **PHONE:** _______________________

NAME: _______________________ **NAME:** _______________________

BUSINESS: _______________________ **BUSINESS:** _______________________

WEBSITE: _______________________ **WEBSITE:** _______________________

EMAIL: _______________________ **EMAIL:** _______________________

PHONE: _______________________ **PHONE:** _______________________

NAME: _______________________ **NAME:** _______________________

BUSINESS: _______________________ **BUSINESS:** _______________________

WEBSITE: _______________________ **WEBSITE:** _______________________

EMAIL: _______________________ **EMAIL:** _______________________

PHONE: _______________________ **PHONE:** _______________________

NAME: _______________________ **NAME:** _______________________

BUSINESS: _______________________ **BUSINESS:** _______________________

WEBSITE: _______________________ **WEBSITE:** _______________________

EMAIL: _______________________ **EMAIL:** _______________________

PHONE: _______________________ **PHONE:** _______________________

Contact *Information*

NAME: ______________	**NAME:** ______________
BUSINESS: ______________	**BUSINESS:** ______________
WEBSITE: ______________	**WEBSITE:** ______________
EMAIL: ______________	**EMAIL:** ______________
PHONE: ______________	**PHONE:** ______________

NAME: ______________	**NAME:** ______________
BUSINESS: ______________	**BUSINESS:** ______________
WEBSITE: ______________	**WEBSITE:** ______________
EMAIL: ______________	**EMAIL:** ______________
PHONE: ______________	**PHONE:** ______________

NAME: ______________	**NAME:** ______________
BUSINESS: ______________	**BUSINESS:** ______________
WEBSITE: ______________	**WEBSITE:** ______________
EMAIL: ______________	**EMAIL:** ______________
PHONE: ______________	**PHONE:** ______________

NAME: ______________	**NAME:** ______________
BUSINESS: ______________	**BUSINESS:** ______________
WEBSITE: ______________	**WEBSITE:** ______________
EMAIL: ______________	**EMAIL:** ______________
PHONE: ______________	**PHONE:** ______________

Notes

Notes

Notes

Notes

Notes

Notes

Notes

Notes

Notes

www.ingramcontent.com/pod-product-compliance
Lightning Source LLC
LaVergne TN
LVHW080052210726
843507LV00017B/1102